The Beer Journal, Tasting Notes
A Life Journal Book

ISBN: 978-1-954457-07-2
Cover Image courtesy of Pixabay
All other images courtesy of Pixabay contributors.

This Book Belongs to

____

Beer Enthusiast

"There's always time for one more beer."

The Recipes

1. ______________________________ *Page 8*
2. ______________________________ *Page 9*
3. ______________________________ *Page 10*
4. ______________________________ *Page 11*
5. ______________________________ *Page 12*
6. ______________________________ *Page 13*
7. ______________________________ *Page 14*
8. ______________________________ *Page 15*
9. ______________________________ *Page 16*
10. ______________________________ *Page 17*
11. ______________________________ *Page 18*
12. ______________________________ *Page 19*
13. ______________________________ *Page 20*
14. ______________________________ *Page 21*
15. ______________________________ *Page 22*
16. ______________________________ *Page 23*
17. ______________________________ *Page 24*
18. ______________________________ *Page 25*
19. ______________________________ *Page 26*
20. ______________________________ *Page 27*

The Recipes, cont.

21. ______________________________ *Page 28*
22. ______________________________ *Page 29*
23. ______________________________ *Page 30*
24. ______________________________ *Page 31*
25. ______________________________ *Page 32*
26. ______________________________ *Page 33*
27. ______________________________ *Page 34*
28. ______________________________ *Page 35*
29. ______________________________ *Page 36*
30. ______________________________ *Page 37*
31. ______________________________ *Page 38*
32. ______________________________ *Page 39*
33. ______________________________ *Page 40*
34. ______________________________ *Page 41*
35. ______________________________ *Page 42*
36. ______________________________ *Page 43*
37. ______________________________ *Page 44*
38. ______________________________ *Page 45*
39. ______________________________ *Page 46*
40. ______________________________ *Page 47*

The Recipes, cont.

41. ____________________ *Page 48*
42. ____________________ *Page 49*
43. ____________________ *Page 50*
44. ____________________ *Page 51*
45. ____________________ *Page 52*
46. ____________________ *Page 53*
47. ____________________ *Page 54*
48. ____________________ *Page 55*
49. ____________________ *Page 56*
50. ____________________ *Page 57*
51. ____________________ *Page 58*
52. ____________________ *Page 59*
53. ____________________ *Page 60*
54. ____________________ *Page 61*
55. ____________________ *Page 62*
56. ____________________ *Page 63*
57. ____________________ *Page 64*
58. ____________________ *Page 65*
59. ____________________ *Page 66*
60. ____________________ *Page 67*

The Recipes, cont.

61. ______________________________ *Page 68*
62. ______________________________ *Page 69*
63. ______________________________ *Page 70*
64. ______________________________ *Page 71*
65. ______________________________ *Page 72*
66. ______________________________ *Page 73*
67. ______________________________ *Page 74*
68. ______________________________ *Page 75*
69. ______________________________ *Page 76*
70. ______________________________ *Page 77*
71. ______________________________ *Page 78*
72. ______________________________ *Page 79*
73. ______________________________ *Page 80*
74. ______________________________ *Page 81*
75. ______________________________ *Page 82*
76. ______________________________ *Page 83*
77. ______________________________ *Page 84*
78. ______________________________ *Page 85*
79. ______________________________ *Page 86*
80. ______________________________ *Page 87*

The Recipes, cont.

81. ______ *Page 88*
82. ______ *Page 89*
83. ______ *Page 90*
84. ______ *Page 91*
85. ______ *Page 92*
86. ______ *Page 93*
87. ______ *Page 94*
88. ______ *Page 95*
89. ______ *Page 96*
90. ______ *Page 97*
91. ______ *Page 98*
92. ______ *Page 99*
93. ______ *Page 100*
94. ______ *Page 101*
95. ______ *Page 102*
96. ______ *Page 103*
97. ______ *Page 104*
98. ______ *Page 105*
99. ______ *Page 106*
100. ______ *Page 107*

From the Brewery of ____________________

Beer #________ Name: ______________________________

D/B/C: ________ Style: ______________________________

Region/Country: __________________ Price: ____________

Impressions

Appearance: ____________________________________

Aroma: ____________________________________

Balance: ____________________________________

Body: ____________________________________

Taste: ____________________________________

Finish: ____________________________________

Overall Rating

Photo

Overall Thoughts: ________

____

____

____

____

____

____

____

____

From the Brewery of ____________

Beer #________ Name: ______________________________

D/B/C: ________ Style: ______________________________

Region/Country: __________________ Price: ____________

Impressions

Appearance: ____________________________________

Aroma: ____________________________________

Balance: ____________________________________

Body: ____________________________________

Taste: ____________________________________

Finish: ____________________________________

Overall Rating

Overall Thoughts: ________

____

____

____

____

____

____

____

____

Photo

From the Brewery of ____________

Beer # ________ Name: ______________________________
D/B/C: ________ Style: ______________________________
Region/Country: __________________ Price: ____________

Impressions

Appearance: ____________________________________

Aroma: ____________________________________

Balance: ____________________________________

Body: ____________________________________

Taste: ____________________________________

Finish: ____________________________________

Overall Rating

Photo

Overall Thoughts: ________
____
____
____
____
____
____
____
____

From the Brewery of ___________________

Beer #________ Name: ___________________________

D/B/C: ________ Style: ___________________________

Region/Country: _________________ Price: ___________

Impressions

Appearance: _________________________________ ☆☆☆☆☆

Aroma: _____________________________________ ☆☆☆☆☆

Balance: ____________________________________ ☆☆☆☆☆

Body: ______________________________________ ☆☆☆☆☆

Taste: ______________________________________ ☆☆☆☆☆

Finish: _____________________________________ ☆☆☆☆☆

Overall Rating

☆☆☆☆☆

Overall Thoughts: ________

____

____

____

____

____

____

____

____

Photo

From the Brewery of ___________________

Beer #________ Name: ___________________________

D/B/C: ________ Style: ___________________________

Region/Country: ________________ Price: __________

Impressions

Appearance: ________________________________

Aroma: ____________________________________

Balance: __________________________________

Body: _____________________________________

Taste: ____________________________________

Finish: ___________________________________

Overall Rating

Photo

Overall Thoughts: ________

____

____

____

____

____

____

____

____

From the Brewery of ____________________

Beer #_________ Name: ____________________________

D/B/C: ________ Style: _____________________________

Region/Country: __________________ Price: ___________

Impressions

Appearance: ___________________________________

Aroma: _______________________________________

Balance: ______________________________________

Body: ____

Taste: ____

Finish: _______________________________________

Overall Rating

Overall Thoughts: ________

____

____

____

____

____

____

____

____

Photo

From the Brewery of ____________________

Beer #________ Name: ____________________________

D/B/C: ________ Style: ____________________________

Region/Country: _________________ Price: ___________

Impressions

Appearance: ________________________________

Aroma: ____________________________________

Balance: ___________________________________

Body: _____________________________________

Taste: _____________________________________

Finish: ____________________________________

Overall Rating

Photo

Overall Thoughts: ________

____

____

____

____

____

____

____

____

From the Brewery of ____________________

Beer #________ Name: ______________________________

D/B/C: ________ Style: ______________________________

Region/Country: __________________ Price: ____________

Impressions

Appearance: ____________________________________

Aroma: ____

Balance: _______________________________________

Body: ____

Taste: ____

Finish: ____

Overall Rating

Photo

Overall Thoughts: ________

____

____

____

____

____

____

____

____

From the Brewery of ____________

Beer #________ Name: ____________________________

D/B/C: ________ Style: ____________________________

Region/Country: __________________ Price: ____________

Impressions

Appearance: ____________________________________ ☆☆☆☆☆

Aroma: ____________________________________ ☆☆☆☆☆

Balance: ____________________________________ ☆☆☆☆☆

Body: ____________________________________ ☆☆☆☆☆

Taste: ____________________________________ ☆☆☆☆☆

Finish: ____________________________________ ☆☆☆☆☆

Overall Rating

☆☆☆☆☆

Overall Thoughts: ________

____

____

____

____

____

____

____

____

Photo

From the Brewery of ____________

Beer #________ Name: ____________________________
D/B/C: ________ Style: ____________________________
Region/Country: __________________ Price: ____________

Impressions

Appearance: ________________________________

Aroma: ________________________________

Balance: ________________________________

Body: ________________________________

Taste: ________________________________

Finish: ________________________________

Overall Rating

Photo

Overall Thoughts: ________

____

____

____

____

____

____

____

____

From the Brewery of ___________________

Beer #_________ Name: ______________________________

D/B/C: ________ Style: ______________________________

Region/Country: __________________ Price: ___________

Impressions

Appearance: ____________________________________

Aroma: ____

Balance: ______________________________________

Body: ____

Taste: ____

Finish: _______________________________________

Overall Rating

Photo

Overall Thoughts: ________

____

____

____

____

____

____

____

____

From the Brewery of ____________

Beer #________ Name: ____________________________

D/B/C: ________ Style: ____________________________

Region/Country: __________________ Price: ___________

Impressions

Appearance: ____________________________________

Aroma: ____________________________________

Balance: ____________________________________

Body: ____________________________________

Taste: ____________________________________

Finish: ____________________________________

Overall Rating

Photo

Overall Thoughts: ________

____

____

____

____

____

____

____

____

From the Brewery of ______________

Beer #________ Name: ____________________________

D/B/C: ________ Style: ____________________________

Region/Country: __________________ Price: ___________

Impressions

Appearance: ____________________________________

Aroma: ____

Balance: ______________________________________

Body: ____

Taste: ____

Finish: _______________________________________

Overall Rating

Photo

Overall Thoughts: ________

____

____

____

____

____

____

____

____

From the Brewery of ________________

Beer #________ Name: ______________________________

D/B/C: ________ Style: ______________________________

Region/Country: __________________ Price: ____________

Impressions

Appearance: ______________________________ ☆☆☆☆☆

Aroma: ______________________________ ☆☆☆☆☆

Balance: ______________________________ ☆☆☆☆☆

Body: ______________________________ ☆☆☆☆☆

Taste: ______________________________ ☆☆☆☆☆

Finish: ______________________________ ☆☆☆☆☆

Overall Rating

☆☆☆☆☆

Photo

Overall Thoughts: ________

____

____

____

____

____

____

____

____

From the Brewery of ____________________

Beer #________ Name: ____________________________

D/B/C: _______ Style: ____________________________

Region/Country: __________________ Price: ___________

Impressions

Appearance: ______________________________

Aroma: ______________________________

Balance: ______________________________

Body: ______________________________

Taste: ______________________________

Finish: ______________________________

Overall Rating

Photo

Overall Thoughts: ________

____

____

____

____

____

____

____

____

From the Brewery of ____________________

Beer #________ Name: ____________________________

D/B/C: ________ Style: ____________________________

Region/Country: __________________ Price: ___________

Impressions

Appearance: ________________________________

Aroma: ____________________________________

Balance: ___________________________________

Body: _____________________________________

Taste: _____________________________________

Finish: ____________________________________

Overall Rating

Photo

Overall Thoughts: ________

____

____

____

____

____

____

____

____

From the Brewery of ____________________

Beer #__________ Name: ______________________________

D/B/C: ________ Style: ______________________________

Region/Country: ____________________ Price: ____________

Impressions

Appearance: ____ ☆☆☆☆☆

Aroma: ____ ☆☆☆☆☆

Balance: ____ ☆☆☆☆☆

Body: ____ ☆☆☆☆☆

Taste: ____ ☆☆☆☆☆

Finish: ____ ☆☆☆☆☆

Overall Rating

☆☆☆☆☆

Overall Thoughts: _________

____

____

____

____

____

____

____

____

Photo

From the Brewery of ____________________

Beer #________ Name: ______________________________

D/B/C: ________ Style: ______________________________

Region/Country: __________________ Price: ____________

Impressions

Appearance: ____________________________________

Aroma: ____________________________________

Balance: ____________________________________

Body: ____________________________________

Taste: ____________________________________

Finish: ____________________________________

Overall Rating

Photo

Overall Thoughts: ________

____

____

____

____

____

____

____

____

From the Brewery of ____________________

Beer #________ Name: ____________________________

D/B/C: ________ Style: ____________________________

Region/Country: ________________ Price: ___________

Impressions

Appearance: ________________________________

Aroma: ________________________________

Balance: ________________________________

Body: ________________________________

Taste: ________________________________

Finish: ________________________________

Overall Rating

Photo

Overall Thoughts: ________

____

____

____

____

____

____

____

____

From the Brewery of ____________________

Beer #________ Name: ____________________________

D/B/C: ________ Style: ____________________________

Region/Country: ________________ Price: ___________

Impressions

Appearance: ______________________________ ☆☆☆☆☆

Aroma: ______________________________ ☆☆☆☆☆

Balance: ______________________________ ☆☆☆☆☆

Body: ______________________________ ☆☆☆☆☆

Taste: ______________________________ ☆☆☆☆☆

Finish: ______________________________ ☆☆☆☆☆

Overall Rating

☆☆☆☆☆

Overall Thoughts: ________

____

____

____

____

____

____

____

____

Photo

From the Brewery of ____________________

Beer #________ Name: ______________________________

D/B/C: _______ Style: ______________________________

Region/Country: __________________ Price: ___________

Impressions

Appearance: ____________________________________

Aroma: ____

Balance: _______________________________________

Body: ____

Taste: ____

Finish: ____

Overall Rating

Overall Thoughts: ________

____

____

____

____

____

____

____

____

Photo

From the Brewery of ____________________

Beer # ________ Name: ____________________________

D/B/C: ________ Style: ____________________________

Region/Country: __________________ Price: ___________

Impressions

Appearance: ________________________________ ☆☆☆☆☆

Aroma: ____________________________________ ☆☆☆☆☆

Balance: ___________________________________ ☆☆☆☆☆

Body: _____________________________________ ☆☆☆☆☆

Taste: _____________________________________ ☆☆☆☆☆

Finish: ____________________________________ ☆☆☆☆☆

Overall Rating

☆☆☆☆☆

Overall Thoughts: ________

____

____

____

____

____

____

____

____

Photo

From the Brewery of ____________________

Beer #_________ Name: ______________________________

D/B/C: ________ Style: ______________________________

Region/Country: __________________ Price: ___________

Impressions

Appearance: ____________________________________ ☆☆☆☆☆

Aroma: ____ ☆☆☆☆☆

Balance: _______________________________________ ☆☆☆☆☆

Body: ____ ☆☆☆☆☆

Taste: ____ ☆☆☆☆☆

Finish: ____ ☆☆☆☆☆

Overall Rating

☆☆☆☆☆

Overall Thoughts: ________

____

____

____

____

____

____

____

____

Photo

From the Brewery of ____________

Beer #________ Name: ____________________________
D/B/C: ________ Style: ____________________________
Region/Country: ________________ Price: __________

Impressions

Appearance: ________________________________
Aroma: ________________________________
Balance: ________________________________
Body: ________________________________
Taste: ________________________________
Finish: ________________________________

Overall Rating

Photo

Overall Thoughts: ________

From the Brewery of ____________________

Beer #________ Name: ______________________________

D/B/C: ________ Style: ______________________________

Region/Country: __________________ Price: ____________

Impressions

Appearance: ______________________________

Aroma: ______________________________

Balance: ______________________________

Body: ______________________________

Taste: ______________________________

Finish: ______________________________

Overall Rating

Photo

Overall Thoughts: ________

____

____

____

____

____

____

____

____

From the Brewery of ____________________

Beer #________ Name: ______________________________

D/B/C: ________ Style: ______________________________

Region/Country: __________________ Price: ____________

Impressions

Appearance: ____________________________________

Aroma: ____________________________________

Balance: ____________________________________

Body: ____________________________________

Taste: ____________________________________

Finish: ____________________________________

Overall Rating

Photo

Overall Thoughts: ________

From the Brewery of ____________

Beer #________ Name: ______________________________

D/B/C: ________ Style: ______________________________

Region/Country: __________________ Price: ____________

Impressions

Appearance: ____________________________________

Aroma: ____________________________________

Balance: ____________________________________

Body: ____________________________________

Taste: ____________________________________

Finish: ____________________________________

Overall Rating

Photo

Overall Thoughts: ________

____

____

____

____

____

____

____

____

From the Brewery of ______________

Beer # ________ Name: ______________________________

D/B/C: ________ Style: ______________________________

Region/Country: __________________ Price: ____________

Impressions

Appearance: ____________________________________

Aroma: ____________________________________

Balance: ____________________________________

Body: ____________________________________

Taste: ____________________________________

Finish: ____________________________________

Overall Rating

Photo

Overall Thoughts: ________

____

____

____

____

____

____

____

____

From the Brewery of ________________

Beer #________ Name: ______________________________
D/B/C: ________ Style: ______________________________
Region/Country: __________________ Price: ____________

Impressions

Appearance: ____________________________________

Aroma: ____________________________________

Balance: ____________________________________

Body: ____________________________________

Taste: ____________________________________

Finish: ____________________________________

Overall Rating

Photo

Overall Thoughts: ________

____

____

____

____

____

____

____

____

From the Brewery of ________________

Beer #________ Name: ____________________________

D/B/C: ________ Style: ____________________________

Region/Country: ________________ Price: __________

Impressions

Appearance: ________________________________ ☆☆☆☆☆

Aroma: ____________________________________ ☆☆☆☆☆

Balance: ___________________________________ ☆☆☆☆☆

Body: _____________________________________ ☆☆☆☆☆

Taste: _____________________________________ ☆☆☆☆☆

Finish: ____________________________________ ☆☆☆☆☆

Overall Rating

☆☆☆☆☆

Overall Thoughts: ________

____

____

____

____

____

____

____

____

Photo

From the Brewery of ____________

Beer #________ Name: ____________________________

D/B/C: ________ Style: ____________________________

Region/Country: ________________ Price: __________

Impressions

Appearance: ____________________________

Aroma: ____________________________

Balance: ____________________________

Body: ____________________________

Taste: ____________________________

Finish: ____________________________

Overall Rating

Photo

Overall Thoughts: ________

____

____

____

____

____

____

____

____

From the Brewery of ____________________

Beer #________ Name: ____________________________

D/B/C: _______ Style: ____________________________

Region/Country: _________________ Price: ___________

Impressions

Appearance: ____________________________________

Aroma: ____

Balance: _______________________________________

Body: ____

Taste: ____

Finish: _______________________________________

Overall Rating

Overall Thoughts: ________

____

____

____

____

____

____

____

____

Photo

From the Brewery of ____________________

Beer #________ Name: ____________________________
D/B/C: ________ Style: ____________________________
Region/Country: __________________ Price: ___________

Impressions

Appearance: ____

Aroma: ____

Balance: ____

Body: ____

Taste: ____

Finish: ____

Overall Rating

Photo

Overall Thoughts: ________

____

____

____

____

____

____

____

____

From the Brewery of ____________

Beer #________ Name: ____________________________

D/B/C: ________ Style: ____________________________

Region/Country: __________________ Price: ___________

Impressions

Appearance: ________________________________ ☆☆☆☆☆

Aroma: ________________________________ ☆☆☆☆☆

Balance: ________________________________ ☆☆☆☆☆

Body: ________________________________ ☆☆☆☆☆

Taste: ________________________________ ☆☆☆☆☆

Finish: ________________________________ ☆☆☆☆☆

Overall Rating

☆☆☆☆☆

Photo

Overall Thoughts: ________

____

____

____

____

____

____

____

____

From the Brewery of ____________________

Beer #________ Name: ______________________________

D/B/C: ________ Style: ______________________________

Region/Country: __________________ Price: ___________

Impressions

Appearance: ____________________________________

Aroma: ____________________________________

Balance: ____________________________________

Body: ____________________________________

Taste: ____________________________________

Finish: ____________________________________

Overall Rating

Photo

Overall Thoughts: ________

____

____

____

____

____

____

____

____

From the Brewery of ____________________

Beer #_________ Name: ______________________________
D/B/C: ________ Style: ______________________________
Region/Country: __________________ Price: ___________

Impressions

Appearance: ____
Aroma: ____
Balance: ____
Body: ____
Taste: ____
Finish: ____

Overall Rating

Photo

Overall Thoughts: ________
____
____
____
____
____
____
____
____

From the Brewery of ___________________

Beer #_________ Name: ______________________________

D/B/C: ________ Style: ______________________________

Region/Country: __________________ Price: ____________

Impressions

Appearance: ____________________________________

Aroma: ____

Balance: _______________________________________

Body: ____

Taste: ____

Finish: ____

Overall Rating

Photo

Overall Thoughts: ________

____

____

____

____

____

____

____

____

From the Brewery of ___________________

Beer #________ Name: ___________________________

D/B/C: ________ Style: ___________________________

Region/Country: _________________ Price: ___________

Impressions

Appearance: ________________________________ ☆☆☆☆☆

Aroma: ____________________________________ ☆☆☆☆☆

Balance: ___________________________________ ☆☆☆☆☆

Body: _____________________________________ ☆☆☆☆☆

Taste: _____________________________________ ☆☆☆☆☆

Finish: ____________________________________ ☆☆☆☆☆

Overall Rating

☆☆☆☆☆

Overall Thoughts: ________

____

____

____

____

____

____

____

____

Photo

From the Brewery of ______________

Beer #________ Name: ______________________________

D/B/C: ________ Style: ______________________________

Region/Country: __________________ Price: ___________

Impressions

Appearance: ______________________________ ☆☆☆☆☆

Aroma: ______________________________ ☆☆☆☆☆

Balance: ______________________________ ☆☆☆☆☆

Body: ______________________________ ☆☆☆☆☆

Taste: ______________________________ ☆☆☆☆☆

Finish: ______________________________ ☆☆☆☆☆

Overall Rating

☆☆☆☆☆

Overall Thoughts: ________

____

____

____

____

____

____

____

____

Photo

From the Brewery of ________________

Beer #________ Name: ______________________________

D/B/C: ________ Style: ______________________________

Region/Country: __________________ Price: __________

Impressions

Appearance: ____________________________________

Aroma: ____________________________________

Balance: ____________________________________

Body: ____________________________________

Taste: ____________________________________

Finish: ____________________________________

Overall Rating

Photo

Overall Thoughts: ________

____

____

____

____

____

____

____

____

From the Brewery of ______________________

Beer #________ Name: ____________________________
D/B/C: ________ Style: ____________________________
Region/Country: __________________ Price: ___________

Impressions

Appearance: ____________________________________

Aroma: ____

Balance: _______________________________________

Body: ____

Taste: ____

Finish: ____

Overall Rating

Photo

Overall Thoughts: ________
____
____
____
____
____
____
____
____

From the Brewery of ________________

Beer #________ Name: ______________________________

D/B/C: ________ Style: ______________________________

Region/Country: __________________ Price: ____________

Impressions

Appearance: ______________________________________

Aroma: ____

Balance: ____

Body: ____

Taste: ____

Finish: ____

Overall Rating

Photo

Overall Thoughts: ________

____

____

____

____

____

____

____

____

From the Brewery of ____________

Beer #________ Name: ______________________________
D/B/C: ________ Style: ______________________________
Region/Country: __________________ Price: ____________

Impressions

Appearance: ____________________________________

Aroma: ____

Balance: _______________________________________

Body: ____

Taste: ____

Finish: ____

Overall Rating

Photo

Overall Thoughts: ________

____

____

____

____

____

____

____

____

From the Brewery of ___________________

Beer #________ Name: ___________________________

D/B/C: ________ Style: ____________________________

Region/Country: _______________ Price: __________

Impressions

Appearance: ______________________________ ☆☆☆☆☆

Aroma: __________________________________ ☆☆☆☆☆

Balance: ________________________________ ☆☆☆☆☆

Body: ___________________________________ ☆☆☆☆☆

Taste: __________________________________ ☆☆☆☆☆

Finish: _________________________________ ☆☆☆☆☆

Overall Rating

☆☆☆☆☆

Photo

Overall Thoughts: ________

____

____

____

____

____

____

____

____

From the Brewery of ____________________

Beer #__________ Name: ________________________________

D/B/C: _________ Style: _________________________________

Region/Country: ____________________ Price: ____________

Impressions

Appearance: ______________________________________ ☆☆☆☆☆

Aroma: ____ ☆☆☆☆☆

Balance: ____ ☆☆☆☆☆

Body: ____ ☆☆☆☆☆

Taste: ____ ☆☆☆☆☆

Finish: ____ ☆☆☆☆☆

Overall Rating

☆☆☆☆☆

Photo

Overall Thoughts: _________

____

____

____

____

____

____

____

____

From the Brewery of ____________________

Beer #________ Name: ____________________________

D/B/C: ________ Style: ____________________________

Region/Country: __________________ Price: ___________

Impressions

Appearance: ______________________________________

Aroma: ____

Balance: ____

Body: ____

Taste: ____

Finish: ____

Overall Rating

Photo

Overall Thoughts: ________

____

____

____

____

____

____

____

____

From the Brewery of ______________

Beer #________ Name: ______________________________
D/B/C: ________ Style: ______________________________
Region/Country: __________________ Price: ___________

Impressions

Appearance: ____________________________________ ☆☆☆☆☆

Aroma: ____________________________________ ☆☆☆☆☆

Balance: ____________________________________ ☆☆☆☆☆

Body: ____________________________________ ☆☆☆☆☆

Taste: ____________________________________ ☆☆☆☆☆

Finish: ____________________________________ ☆☆☆☆☆

Overall Rating

☆☆☆☆☆

Overall Thoughts: ________
____
____
____
____
____
____
____
____

Photo

From the Brewery of ____________

Beer #________ Name: ______________________________
D/B/C: ________ Style: ______________________________
Region/Country: __________________ Price: ___________

Impressions

Appearance: ____________________________________

Aroma: ____________________________________

Balance: ____________________________________

Body: ____________________________________

Taste: ____________________________________

Finish: ____________________________________

Overall Rating

Photo

Overall Thoughts: ________

____

____

____

____

____

____

____

____

From the Brewery of ______________

Beer #________ Name: ______________________________
D/B/C: ________ Style: ______________________________
Region/Country: __________________ Price: ____________

Impressions

Appearance: ____________________________________
Aroma: ____________________________________
Balance: ____________________________________
Body: ____________________________________
Taste: ____________________________________
Finish: ____________________________________

Overall Rating

Photo

Overall Thoughts: ________
____
____
____
____
____
____
____
____

From the Brewery of ________________

Beer #________ Name: ____________________________

D/B/C: ________ Style: ____________________________

Region/Country: __________________ Price: ____________

Impressions

Appearance: ______________________________________

Aroma: ______________________________________

Balance: ______________________________________

Body: ______________________________________

Taste: ______________________________________

Finish: ______________________________________

Overall Rating

Photo

Overall Thoughts: ________

____

____

____

____

____

____

____

____

From the Brewery of ____________

Beer #________ Name: ____________________

D/B/C: ________ Style: ____________________

Region/Country: ________________ Price: __________

Impressions

Appearance: ______________________________

Aroma: ______________________________

Balance: ______________________________

Body: ______________________________

Taste: ______________________________

Finish: ______________________________

Overall Rating

Overall Thoughts: ________

____

____

____

____

____

____

____

____

Photo

From the Brewery of ___________________

Beer #________ Name: __________________________

D/B/C: _______ Style: ___________________________

Region/Country: ________________ Price: __________

Impressions

Appearance: ________________________________

Aroma: ____________________________________

Balance: ___________________________________

Body: _____________________________________

Taste: _____________________________________

Finish: ____________________________________

Overall Rating

Photo

Overall Thoughts: _______

____

____

____

____

____

____

____

____

From the Brewery of ____________

Beer #________ Name: ____________________________
D/B/C: ________ Style: ____________________________
Region/Country: ________________ Price: __________

Impressions

Appearance: ________________________________

Aroma: ________________________________

Balance: ________________________________

Body: ________________________________

Taste: ________________________________

Finish: ________________________________

Overall Rating

Overall Thoughts: ________

____
____
____
____
____
____
____
____

Photo

From the Brewery of ______________________

Beer #________ Name: ______________________________

D/B/C: ________ Style: ______________________________

Region/Country: __________________ Price: ____________

Impressions

Appearance: ____________________________________ ☆☆☆☆☆

Aroma: ____________________________________ ☆☆☆☆☆

Balance: ____________________________________ ☆☆☆☆☆

Body: ____________________________________ ☆☆☆☆☆

Taste: ____________________________________ ☆☆☆☆☆

Finish: ____________________________________ ☆☆☆☆☆

Overall Rating

☆☆☆☆☆

Photo

Overall Thoughts: ________

____

____

____

____

____

____

____

____

From the Brewery of ____________________

Beer #__________ Name: ________________________________

D/B/C: _________ Style: ________________________________

Region/Country: ____________________ Price: _____________

Impressions

Appearance: ______________________________________

Aroma: ____

Balance: ____

Body: ____

Taste: ____

Finish: ____

Overall Rating

Photo

Overall Thoughts: _________

From the Brewery of ____________________

Beer #__________ Name: ______________________________

D/B/C: ________ Style: ______________________________

Region/Country: __________________ Price: ____________

Impressions

Appearance: ____________________________________

Aroma: ____________________________________

Balance: ____________________________________

Body: ____________________________________

Taste: ____________________________________

Finish: ____________________________________

Overall Rating

Overall Thoughts: ________

____

____

____

____

____

____

____

____

Photo

From the Brewery of ____________________

Beer #__________ Name: ______________________________

D/B/C: ________ Style: ______________________________

Region/Country: __________________ Price: ____________

Impressions

Appearance: ____________________________________

Aroma: ____

Balance: _______________________________________

Body: ____

Taste: ____

Finish: ____

Overall Rating

Photo

Overall Thoughts: _________

____

____

____

____

____

____

____

____

From the Brewery of ____________________

Beer #__________ Name: ______________________________

D/B/C: ________ Style: ______________________________

Region/Country: __________________ Price: ___________

Impressions

Appearance: ____________________________________

Aroma: ____________________________________

Balance: ____________________________________

Body: ____________________________________

Taste: ____________________________________

Finish: ____________________________________

Overall Rating

Photo

Overall Thoughts: ________

From the Brewery of ________________

Beer #________ Name: ______________________________
D/B/C: ________ Style: ______________________________
Region/Country: __________________ Price: ___________

Impressions

Appearance: ____________________________________ ☆☆☆☆☆

Aroma: ____________________________________ ☆☆☆☆☆

Balance: ____________________________________ ☆☆☆☆☆

Body: ____________________________________ ☆☆☆☆☆

Taste: ____________________________________ ☆☆☆☆☆

Finish: ____________________________________ ☆☆☆☆☆

Overall Rating

☆☆☆☆☆

Overall Thoughts: ________

____
____
____
____
____
____
____
____

Photo

From the Brewery of ______________

Beer #________ Name: ______________________________
D/B/C: ________ Style: ______________________________
Region/Country: ________________ Price: ________

Impressions

Appearance: ______________________________ ☆☆☆☆☆

Aroma: ______________________________ ☆☆☆☆☆

Balance: ______________________________ ☆☆☆☆☆

Body: ______________________________ ☆☆☆☆☆

Taste: ______________________________ ☆☆☆☆☆

Finish: ______________________________ ☆☆☆☆☆

Overall Rating

☆☆☆☆☆

Overall Thoughts: ________
____
____
____
____
____
____
____
____

Photo

From the Brewery of ____________________

Beer #________ Name: ____________________________

D/B/C: ________ Style: ____________________________

Region/Country: __________________ Price: ___________

Impressions

Appearance: ______________________________________

Aroma: ____

Balance: ____

Body: ____

Taste: ____

Finish: ____

Overall Rating

Photo

Overall Thoughts: ________

____

____

____

____

____

____

____

____

From the Brewery of ____________

Beer #________ Name: ____________________________

D/B/C: ________ Style: ____________________________

Region/Country: __________________ Price: ___________

Impressions

Appearance: ____________________________________

Aroma: ____

Balance: _______________________________________

Body: ____

Taste: ____

Finish: ____

Overall Rating

Photo

Overall Thoughts: ________

____

____

____

____

____

____

____

____

From the Brewery of ________________

Beer #________ Name: ______________________________
D/B/C: ________ Style: ______________________________
Region/Country: __________________ Price: ___________

Impressions

Appearance: ____________________________________ ☆☆☆☆☆

Aroma: ____________________________________ ☆☆☆☆☆

Balance: ____________________________________ ☆☆☆☆☆

Body: ____________________________________ ☆☆☆☆☆

Taste: ____________________________________ ☆☆☆☆☆

Finish: ____________________________________ ☆☆☆☆☆

Overall Rating

☆☆☆☆☆

Overall Thoughts: ________

____
____
____
____
____
____
____
____

Photo

From the Brewery of ____________________

Beer #_________ Name: ______________________________

D/B/C: ________ Style: ______________________________

Region/Country: __________________ Price: ____________

Impressions

Appearance: ____________________________________

Aroma: ____________________________________

Balance: ____________________________________

Body: ____________________________________

Taste: ____________________________________

Finish: ____________________________________

Overall Rating

Photo

Overall Thoughts: ________

____

____

____

____

____

____

____

____

From the Brewery of ____________________

Beer #__________ Name: ______________________________

D/B/C: _________ Style: ______________________________

Region/Country: ___________________ Price: ____________

Impressions

Appearance: ____________________________________

Aroma: ____

Balance: _______________________________________

Body: ____

Taste: ____

Finish: ____

Overall Rating

Photo

Overall Thoughts: ________

____

____

____

____

____

____

____

____

From the Brewery of ____________

Beer #________ Name: ____________________________

D/B/C: ________ Style: ____________________________

Region/Country: ________________ Price: ___________

Impressions

Appearance: ________________________________

Aroma: ____________________________________

Balance: __________________________________

Body: _____________________________________

Taste: ____________________________________

Finish: ___________________________________

Overall Rating

Photo

Overall Thoughts: ________

____

____

____

____

____

____

____

____

From the Brewery of ______________

Beer #________ Name: ______________________________
D/B/C: ________ Style: ______________________________
Region/Country: __________________ Price: ____________

Impressions

Appearance: ____________________________________ ☆☆☆☆☆

Aroma: ____ ☆☆☆☆☆

Balance: _______________________________________ ☆☆☆☆☆

Body: ____ ☆☆☆☆☆

Taste: ____ ☆☆☆☆☆

Finish: ____ ☆☆☆☆☆

Overall Rating

☆☆☆☆☆

Overall Thoughts: ________
____
____
____
____
____
____
____
____

Photo

From the Brewery of ____________

Beer #________ Name: ______________________________

D/B/C: ________ Style: ______________________________

Region/Country: __________________ Price: ____________

Impressions

Appearance: ____________________________________

Aroma: ____________________________________

Balance: ____________________________________

Body: ____________________________________

Taste: ____________________________________

Finish: ____________________________________

Overall Rating

Photo

Overall Thoughts: ________

____

____

____

____

____

____

____

____

From the Brewery of ________________

Beer #________ Name: ______________________________
D/B/C: ________ Style: ______________________________
Region/Country: __________________ Price: ___________

Impressions

Appearance: ______________________________

Aroma: ______________________________

Balance: ______________________________

Body: ______________________________

Taste: ______________________________

Finish: ______________________________

Overall Rating

Photo

Overall Thoughts: ________

____

____

____

____

____

____

____

____

From the Brewery of ____________

Beer #________ Name: ______________________________

D/B/C: ________ Style: ______________________________

Region/Country: __________________ Price: ____________

Impressions

Appearance: ____________________________________

Aroma: ____________________________________

Balance: ____________________________________

Body: ____________________________________

Taste: ____________________________________

Finish: ____________________________________

Overall Rating

Photo

Overall Thoughts: ________

From the Brewery of ____________________

Beer #________ Name: ______________________________
D/B/C: _______ Style: ______________________________
Region/Country: __________________ Price: ___________

Impressions

Appearance: ___________________________________ ☆☆☆☆☆

Aroma: ____ ☆☆☆☆☆

Balance: ______________________________________ ☆☆☆☆☆

Body: ____ ☆☆☆☆☆

Taste: ____ ☆☆☆☆☆

Finish: _______________________________________ ☆☆☆☆☆

Overall Rating

☆☆☆☆☆

Overall Thoughts: ________
____
____
____
____
____
____
____
____

Photo

From the Brewery of ____________

Beer #________ Name: ______________________________

D/B/C: ________ Style: ______________________________

Region/Country: __________________ Price: ____________

Impressions

Appearance: ____________________________________

Aroma: ____________________________________

Balance: ____________________________________

Body: ____________________________________

Taste: ____________________________________

Finish: ____________________________________

Overall Rating

Photo

Overall Thoughts: ________

From the Brewery of ____________________

Beer #________ Name: ____________________________

D/B/C: ________ Style: ____________________________

Region/Country: ________________ Price: ___________

Impressions

Appearance: ________________________________

Aroma: ________________________________

Balance: ________________________________

Body: ________________________________

Taste: ________________________________

Finish: ________________________________

Overall Rating

Photo

Overall Thoughts: ________

____

____

____

____

____

____

____

____

From the Brewery of ______________________

Beer #________ Name: ______________________________

D/B/C: ________ Style: ______________________________

Region/Country: __________________ Price: ____________

Impressions

Appearance: ____________________________________

Aroma: ____

Balance: _______________________________________

Body: ____

Taste: ____

Finish: ____

Overall Rating

Photo

Overall Thoughts: ________

____

____

____

____

____

____

____

____

From the Brewery of ____________________

Beer #________ Name: ____________________________
D/B/C: _______ Style: ____________________________
Region/Country: _______________ Price: __________

Impressions

Appearance: ____________________________

Aroma: ____________________________

Balance: ____________________________

Body: ____________________________

Taste: ____________________________

Finish: ____________________________

Overall Rating

Photo

Overall Thoughts: ________

____

____

____

____

____

____

____

____

From the Brewery of ____________________

Beer #________ Name: ____________________________

D/B/C: ________ Style: ____________________________

Region/Country: __________________ Price: ___________

Impressions

Appearance: ______________________________________

Aroma: ____

Balance: ____

Body: ____

Taste: ____

Finish: ____

Overall Rating

Photo

Overall Thoughts: ________

____

____

____

____

____

____

____

____

From the Brewery of ____________________

Beer #________ Name: ____________________________
D/B/C: ________ Style: ____________________________
Region/Country: __________________ Price: ___________

Impressions

Appearance: ____________________________________

Aroma: ____________________________________

Balance: ____________________________________

Body: ____________________________________

Taste: ____________________________________

Finish: ____________________________________

Overall Rating

Photo

Overall Thoughts: ________

____
____
____
____
____
____
____
____

From the Brewery of ____________________

Beer #________ Name: ______________________________

D/B/C: ________ Style: ______________________________

Region/Country: __________________ Price: ___________

Impressions

Appearance: ___________________________________

Aroma: ___________________________________

Balance: ___________________________________

Body: ___________________________________

Taste: ___________________________________

Finish: ___________________________________

Overall Rating

Photo

Overall Thoughts: ________

From the Brewery of ______________________

Beer #__________ Name: ______________________________

D/B/C: _________ Style: ______________________________

Region/Country: ____________________ Price: _____________

Impressions

Appearance: ____________________________________

Aroma: ____________________________________

Balance: ____________________________________

Body: ____________________________________

Taste: ____________________________________

Finish: ____________________________________

Overall Rating

Overall Thoughts: _________

____

____

____

____

____

____

____

____

Photo

From the Brewery of ____________

Beer # ________ Name: ____________________

D/B/C: ________ Style: ____________________

Region/Country: ____________ Price: ________

Impressions

Appearance: ____________________

Aroma: ____________________

Balance: ____________________

Body: ____________________

Taste: ____________________

Finish: ____________________

Overall Rating

Overall Thoughts: ________

Photo

From the Brewery of ____________________

Beer #________ Name: ____________________________

D/B/C: _______ Style: ____________________________

Region/Country: _________________ Price: ___________

Impressions

Appearance: __________________________________

Aroma: ______________________________________

Balance: _____________________________________

Body: _______________________________________

Taste: _______________________________________

Finish: ______________________________________

Overall Rating

Overall Thoughts: ________

____

____

____

____

____

____

____

____

Photo

From the Brewery of ____________________

Beer #__________ Name: ______________________________

D/B/C: ________ Style: ______________________________

Region/Country: __________________ Price: ____________

Impressions

Appearance: ________________________________ ☆☆☆☆☆

Aroma: ________________________________ ☆☆☆☆☆

Balance: ________________________________ ☆☆☆☆☆

Body: ________________________________ ☆☆☆☆☆

Taste: ________________________________ ☆☆☆☆☆

Finish: ________________________________ ☆☆☆☆☆

Overall Rating

☆☆☆☆☆

Overall Thoughts: ________

____

____

____

____

____

____

____

____

Photo

From the Brewery of ____________

Beer #________ Name: ____________________________

D/B/C: ________ Style: ____________________________

Region/Country: _________________ Price: ___________

Impressions

Appearance: ________________________________

Aroma: ________________________________

Balance: ________________________________

Body: ________________________________

Taste: ________________________________

Finish: ________________________________

Overall Rating

Photo

Overall Thoughts: ________

____

____

____

____

____

____

____

____

From the Brewery of ______________

Beer #________ Name: ______________________________

D/B/C: ________ Style: ______________________________

Region/Country: __________________ Price: ____________

Impressions

Appearance: ____________________________________

Aroma: ____________________________________

Balance: ____________________________________

Body: ____________________________________

Taste: ____________________________________

Finish: ____________________________________

Overall Rating

Photo

Overall Thoughts: ________

____

____

____

____

____

____

____

____

From the Brewery of ________________

Beer #________ Name: ______________________________

D/B/C: ________ Style: ______________________________

Region/Country: __________________ Price: ____________

Impressions

Appearance: ____________________________________

Aroma: ____________________________________

Balance: ____________________________________

Body: ____________________________________

Taste: ____________________________________

Finish: ____________________________________

Overall Rating

Photo

Overall Thoughts: ________

____

____

____

____

____

____

____

____

From the Brewery of ____________________

Beer #________ Name: ______________________________

D/B/C: ________ Style: ______________________________

Region/Country: __________________ Price: ____________

Impressions

Appearance: ____________________________________

Aroma: ____________________________________

Balance: ____________________________________

Body: ____________________________________

Taste: ____________________________________

Finish: ____________________________________

Overall Rating

Photo

Overall Thoughts: ________

____

____

____

____

____

____

____

____

From the Brewery of ____________________

Beer #________ Name: ______________________________

D/B/C: _______ Style: ______________________________

Region/Country: ________________ Price: ___________

Impressions

Appearance: ______________________________

Aroma: ______________________________

Balance: ______________________________

Body: ______________________________

Taste: ______________________________

Finish: ______________________________

Overall Rating

Overall Thoughts: ________

____

____

____

____

____

____

____

____

Photo

From the Brewery of ____________

Beer #________ Name: ____________________________
D/B/C: ________ Style: ____________________________
Region/Country: ________________ Price: ____________

Impressions

Appearance: ______________________________

Aroma: ______________________________

Balance: ______________________________

Body: ______________________________

Taste: ______________________________

Finish: ______________________________

Overall Rating

Photo

Overall Thoughts: ________

____

____

____

____

____

____

____

____

From the Brewery of ________________

Beer #________ Name: ______________________________

D/B/C: ________ Style: ______________________________

Region/Country: ________________ Price: ___________

Impressions

Appearance: ________________________________

Aroma: ________________________________

Balance: ________________________________

Body: ________________________________

Taste: ________________________________

Finish: ________________________________

Overall Rating

Photo

Overall Thoughts: ________

____

____

____

____

____

____

____

____

From the Brewery of ____________________

Beer # ________ Name: ____________________________

D/B/C: ________ Style: ____________________________

Region/Country: __________________ Price: ____________

Impressions

Appearance: ________________________________

Aroma: ________________________________

Balance: ________________________________

Body: ________________________________

Taste: ________________________________

Finish: ________________________________

Overall Rating

Photo

Overall Thoughts: ________

____

____

____

____

____

____

____

____

From the Brewery of ____________________

Beer #________ Name: ______________________________

D/B/C: ________ Style: ______________________________

Region/Country: __________________ Price: ____________

Impressions

Appearance: ____________________________________

Aroma: ____

Balance: ______________________________________

Body: ____

Taste: ____

Finish: _______________________________________

Overall Rating

Photo

Overall Thoughts: ________

____

____

____

____

____

____

____

____

From the Brewery of ____________

Beer #________ Name: ______________________________

D/B/C: ________ Style: ______________________________

Region/Country: __________________ Price: ____________

Impressions

Appearance: ____________________________________

Aroma: ____

Balance: _______________________________________

Body: ____

Taste: ____

Finish: ____

Overall Rating

Photo

Overall Thoughts: ________

____

____

____

____

____

____

____

____

From the Brewery of ____________

Beer #________ Name: ____________________________

D/B/C: ________ Style: ____________________________

Region/Country: __________________ Price: __________

Impressions

Appearance: ____________________________________

Aroma: ____

Balance: _______________________________________

Body: ____

Taste: ____

Finish: ____

Overall Rating

Photo

Overall Thoughts: ________

____

____

____

____

____

____

____

____

From the Brewery of ____________

Beer #________ Name: ______________________________

D/B/C: ________ Style: ______________________________

Region/Country: __________________ Price: ____________

Impressions

Appearance: ____________________________________

Aroma: ____________________________________

Balance: ____________________________________

Body: ____________________________________

Taste: ____________________________________

Finish: ____________________________________

Overall Rating

Photo

Overall Thoughts: ________

____

____

____

____

____

____

____

____

From the Brewery of ____________________

Beer #________ Name: ______________________________

D/B/C: ________ Style: ______________________________

Region/Country: __________________ Price: ____________

Impressions

Appearance: ____________________________________

Aroma: ____________________________________

Balance: ____________________________________

Body: ____________________________________

Taste: ____________________________________

Finish: ____________________________________

Overall Rating

Photo

Overall Thoughts: ________

____

____

____

____

____

____

____

____

From the Brewery of ____________________

Beer #__________ Name: ______________________________

D/B/C: _________ Style: ______________________________

Region/Country: __________________ Price: ____________

Impressions

Appearance: ____________________________________

Aroma: ____________________________________

Balance: ____________________________________

Body: ____________________________________

Taste: ____________________________________

Finish: ____________________________________

Overall Rating

Photo

Overall Thoughts: ________

From the Brewery of ____________________

Beer #__________ Name: ______________________________

D/B/C: ________ Style: ______________________________

Region/Country: __________________ Price: ____________

Impressions

Appearance: ____________________________________

Aroma: ____

Balance: _______________________________________

Body: ____

Taste: ____

Finish: ____

Overall Rating

Photo

Overall Thoughts: ________

____

____

____

____

____

____

____

____

From the Brewery of ____________________

Beer #________ Name: ______________________________

D/B/C: _______ Style: ______________________________

Region/Country: __________________ Price: ___________

Impressions

Appearance: ____________________________________

Aroma: ____

Balance: _______________________________________

Body: ____

Taste: ____

Finish: ____

Overall Rating

Overall Thoughts: ________

____

____

____

____

____

____

____

____

Photo

From the Brewery of ____________

Beer #________ Name: ____________________________

D/B/C: ________ Style: ____________________________

Region/Country: ________________ Price: ___________

Impressions

Appearance: ________________________________

Aroma: ________________________________

Balance: ________________________________

Body: ________________________________

Taste: ________________________________

Finish: ________________________________

Overall Rating

Photo

Overall Thoughts: ________

____

____

____

____

____

____

____

____

From the Brewery of ____________________

Beer #__________ Name: ________________________________

D/B/C: __________ Style: ________________________________

Region/Country: ____________________ Price: ______________

Impressions

Appearance: ________________________________

Aroma: ________________________________

Balance: ________________________________

Body: ________________________________

Taste: ________________________________

Finish: ________________________________

Overall Rating

Photo

Overall Thoughts: __________

____

____

____

____

____

____

____

____

OPEN BOOK MEDIA, LLC.

Open Book Media, LLC publishes the Life Journal Series of memory books and journals. To learn more, and sign up for updates on future releases (including new annual editions), visit https://www.openbookmediallc.com or https://www.journals-for-life.com

2021 Life Journal: Memory Book

2021 Life Journal: Goals Edition

Life Journal: Goals & Daily Affirmations

Life Journal: Bucket List

My Family Recipes: A Life Journal Book

My Favorite Desserts: A Life Journal Book

Wine Notes: A Life Journal Book

The Beer Journal, Tasting Notes: A Life Journal Book

The Anniversary Book: A Life Journal (2022)

My Travel Adventures: A Life Journal (2022)

Made in the USA
Coppell, TX
11 December 2021